Malaking Pangarap Bahay-Puno:
Paggamit ng 80/20 na Patakaran!

Marcy Schaaf   Tagalog

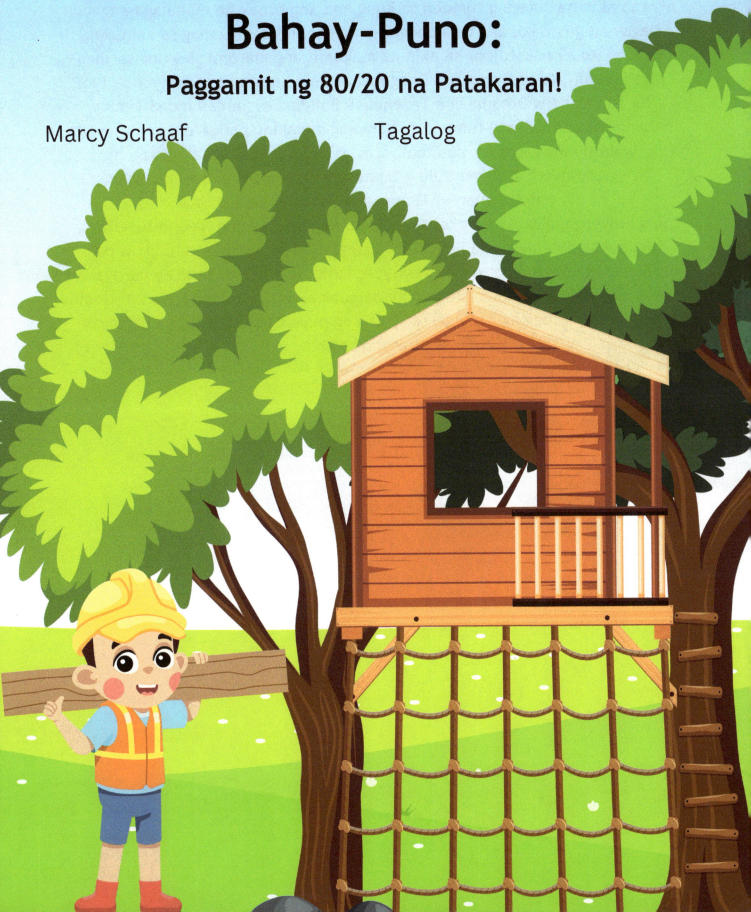

Noong bata pa ako, ang aking ama, si Charlie Schaaf, ay nagbahagi sa akin ng isang makapangyarihang aral na nanatili sa akin sa buong buhay ko. Sinabi niya sa akin na palaging tumuon sa kung ano ang tunay na mahalaga-ang mga bagay na gusto ko, ang mga pangarap na nagbibigay-liwanag sa akin. Ang payong ito ay nakatulong sa akin na makamit ang marami sa aking sariling mga layunin, at ngayon gusto kong ibahagi ang karunungan na iyon sa iyo.

Sa Timmy's Big Dream: The Treehouse Builder, susundan mo si Timmy habang natututo siyang tumuon sa kanyang malaking pangarap, kahit na tila wala siyang sapat na mga tool, oras, o suporta. Sa pamamagitan ng pagsusumikap at pananatiling tapat sa kanyang pananaw, ginawang katotohanan ni Timmy ang kanyang pangarap.

Ang kuwentong ito ay tungkol sa higit pa sa pagtatayo ng treehouse—ito ay tungkol sa paniniwala sa iyong sarili, pagsunod sa iyong mga hilig, at pag-aaral na may pagtuon at determinasyon, lahat ay posible. Sana ay masiyahan ka sa paglalakbay ni Timmy at ito ay nagbibigay-inspirasyon sa iyo na sundin ang iyong sariling mga pangarap, tulad ng payo ng aking ama na nagbigay inspirasyon sa akin.

Copywrite @ Books By Schaaf
2024 Big Dream Treehouses

Timmy loved dreaming big, but he had one huge dream—building a treehouse!

Gustung-gusto ni Timmy ang mangarap ng malaki, ngunit mayroon siyang isang malaking pangarap—magtayo ng treehouse!

There was only one problem: Timmy had no money, no tools, and no wood.

Mayroon lamang isang problema: Si Timmy ay walang pera, walang kagamitan, at walang kahoy.

One day, he saw an ad in the local newspaper—free wood pallets!

Isang araw, nakakita siya ng ad sa lokal na pahayagan—libreng wood pallets!

The store was giving them away, and Timmy got an idea!

Ipinamimigay sila ng tindahan, at nagkaroon ng ideya si Timmy!

Every day, after school,
he asked for one pallet.

Araw-araw, pagkatapos ng klase, humihingi siya ng isang papag.

The store owner gave him a pallet, happy to help.

Binigyan siya ng may-ari ng tindahan ng papag, masayang tumulong.

Timmy dragged each pallet home and took it apart.

Kinaladkad ni Timmy ang bawat papag pauwi at pinaghiwa-hiwalay.

Timmy used his allowance to buy a hammer at a neighbor's garage sale.

Ginamit ni Timmy ang kanyang allowance para bumili ng martilyo sa garage sale ng isang kapitbahay.

He now had tools and wood, nails but no paint.

Mayroon na siyang mga kagamitan at kahoy, pako ngunit walang pintura.

He asked around, and someone donated leftover paint!

Nagtanong siya sa paligid, at may nag-donate ng natitirang pintura!

Timmy was excited—his dream was coming together slowly.

Tuwang-tuwa si Timmy—dahan-dahang nagsasama-sama ang kanyang panaginip.

He started hammering, building his treehouse piece by piece.

Nagsimula siyang magmartilyo, pira-piraso ang pagtatayo ng kanyang treehouse.

Timmy learned new skills, even though it wasn't easy.

Natuto si Timmy ng mga bagong kasanayan, kahit na hindi ito madali.

Some friends said, "Why not just play like us?"

But Timmy smiled, "I'm working on something special!"

Some kids laughed. "That'll never work!" they said.

Nagtawanan ang ilang bata. "Hinding-hindi iyon gagana!" sabi nila.

Timmy didn't listen.
He focused on his dream.

Hindi nakinig si Timmy. Nakatuon siya sa kanyang panaginip.

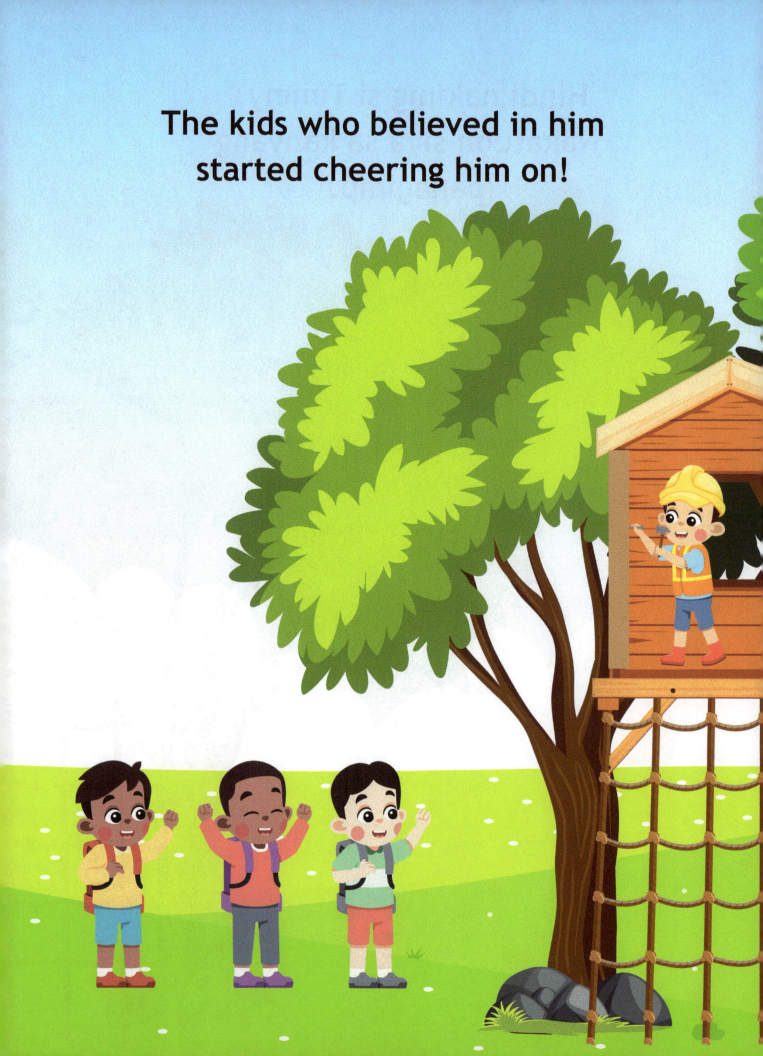

The kids who believed in him started cheering him on!

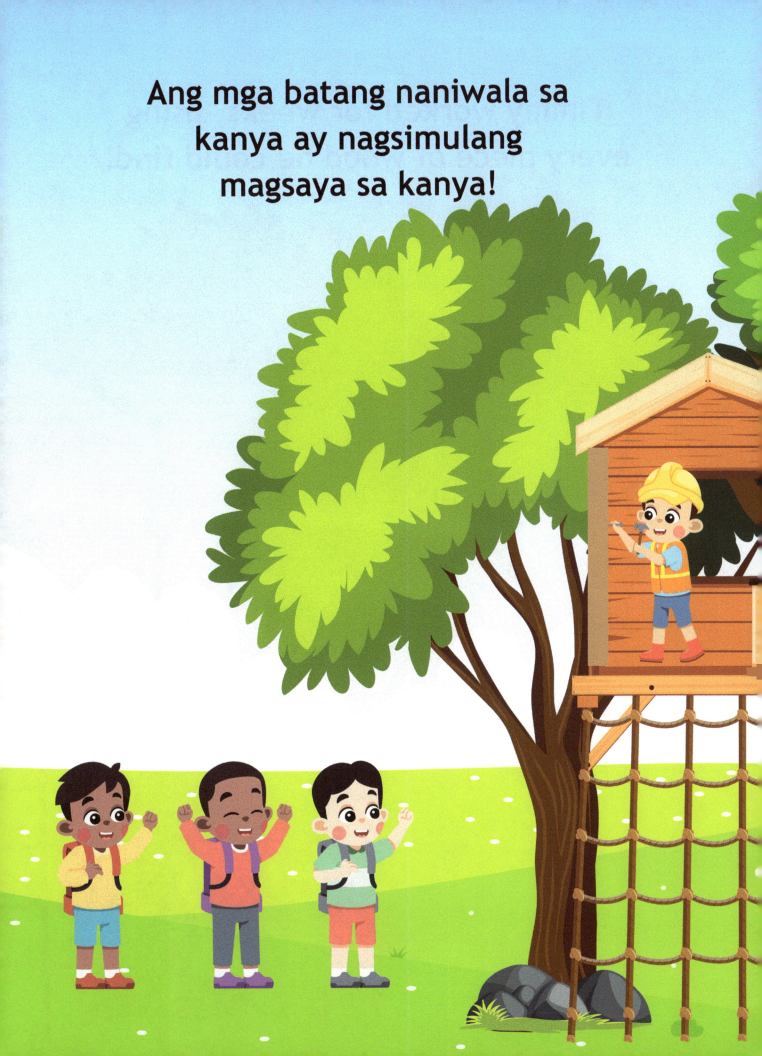

Ang mga batang naniwala sa kanya ay nagsimulang magsaya sa kanya!

Timmy worked for weeks, using every piece of wood he could find.

Nagtrabaho si Timmy nang ilang linggo, gamit ang bawat piraso ng kahoy na makikita niya.

His treehouse took shape, and it was better than he ever imagined!

Ang kanyang treehouse ay nabuo, at ito ay mas mahusay kaysa sa naisip niya!

At last, Timmy had built the treehouse of his dreams.

Sa wakas, naitayo na ni Timmy ang treehouse ng kanyang mga pangarap.

As time went on, Timmy realized he was good at building things.

Sa paglipas ng panahon, napagtanto ni Timmy na siya ay mahusay sa pagbuo ng mga bagay.

People started asking him to build treehouses for them!

Nagsimulang hilingin sa kanya ng mga tao na magtayo ng mga treehouse para sa kanila!

Timmy turned his passion into a real job.

Ginawa ni Timmy ang kanyang hilig sa isang tunay na trabaho.

He created his own company,
Big Dream Treehouses!

Gumawa siya ng sarili niyang kumpanya, ang Big Dream Treehouses!

Now, Timmy builds amazing treehouses for kids everywhere.

Ngayon, si Timmy ay nagtatayo ng mga kamangha-manghang treehouse para sa mga bata kahit saan.

There are a few companies and organizations that offer free treehouse plans, though many focus on providing basic designs or resources to get started:

The Treehouse Guide: While not a company, this site provides free downloadable plans and comprehensive guides for treehouse building. Their free plans include simple platforms and detailed building tips, with some more advanced designs available for purchase.

MyOutdoorPlans: This website offers several free treehouse plans, including basic playhouses and elevated platforms, along with material lists and construction diagrams. Their plans are straightforward and suitable for DIY builders

Mother Earth News does indeed offer resources for building treehouses!
They provide a variet
y of articles and guides that include tips on designing and constructing treehouses, along with safety considerations and materials needed. While some of their resources may not be full-fledged plans, they offer valuable insights and advice to help DIY builders.

Notable Resources from Mother Earth News:
How to Build a Treehouse: This article outlines essential considerations for planning and building a treehouse, including safety tips, materials, and design ideas .

Treehouse Living: This section features custom, eco-friendly treehouse options and could inspire creative designs .
You can explore their website for detailed guides and articles on treehouse construction, which may serve as a helpful foundation for your project.

Mayroong ilang mga kumpanya at organisasyon na nag-aalok ng mga libreng treehouse plan, bagaman marami ang tumutuon sa pagbibigay ng mga pangunahing disenyo o mapagkukunan upang makapagsimula:

Ang Gabay sa Treehouse: Bagama't hindi isang kumpanya, ang site na ito ay nagbibigay ng mga libreng nada-download na mga plano at komprehensibong mga gabay para sa pagtatayo ng treehouse. Kasama sa kanilang mga libreng plano ang mga simpleng platform at mga detalyadong tip sa pagbuo, na may ilang mas advanced na disenyo na magagamit para mabili.

MyOutdoorPlans: Nag-aalok ang website na ito ng ilang libreng treehouse plan, kabilang ang mga pangunahing playhouse at matataas na platform, kasama ang mga listahan ng materyal at construction diagram. Ang kanilang mga plano ay diretso at angkop para sa mga tagabuo ng DIY

Talagang nag-aalok ang Mother Earth News ng mga mapagkukunan para sa pagtatayo ng mga treehouse!
Nagbibigay ang mga ito ng iba't ibang mga artikulo at gabay na may kasamang mga tip sa pagdidisenyo at pagtatayo ng mga treehouse, kasama ang mga pagsasaalang-alang sa kaligtasan at mga materyales na kailangan. Bagama't ang ilan sa kanilang mga mapagkukunan ay maaaring hindi ganap na mga plano, nag-aalok sila ng mahahalagang insight at payo upang matulungan ang mga tagabuo ng DIY.

Mga Kapansin-pansing Mapagkukunan mula sa Mother Earth News:
Paano Gumawa ng Treehouse: Binabalangkas ng artikulong ito ang mahahalagang pagsasaalang-alang para sa pagpaplano at pagtatayo ng treehouse, kabilang ang mga tip sa kaligtasan, materyales, at ideya sa disenyo .

Treehouse Living: Nagtatampok ang seksyong ito ng custom, eco-friendly na mga opsyon sa treehouse at maaaring magbigay ng inspirasyon sa mga malikhaing disenyo .
Maaari mong galugarin ang kanilang website para sa mga detalyadong gabay at artikulo sa pagtatayo ng treehouse, na maaaring magsilbing isang kapaki-pakinabang na pundasyon para sa iyong proyekto.

Join Our Book of the Month Club!

Looking for the perfect gift that keeps on giving? Join our Book of the Month Club! For just $25 a month, or $250 if you purchase a year upfront, you or your loved ones will receive a handpicked children's book every month, straight to your doorstep.

Here's how it works:
Choose from 15 different languages to receive bilingual books that make learning fun.
Enjoy monthly shipments of our exclusive books that inspire, teach, and entertain children of all ages.
Each month's book is carefully selected to provide a new adventure, valuable lesson, and a chance to explore cultures from around the world.
It's the perfect gift for birthdays, holidays, or just because! Whether you're nurturing a young reader or encouraging language learning, our Book of the Month Club is designed to bring joy to every bookshelf.

Exclusive Bonus: As part of your membership, you'll also receive a monthly podcast about our featured book delivered straight to your email! Listen in for behind-the-scenes insights, fun facts, and tips for making storytime even more magical.

Sign up today at www.Booksbyschaaf.com and start enjoying the gift of reading all year long!

Sumali sa Aming Book of the Month Club!

Naghahanap ng perpektong regalo na patuloy na nagbibigay? Sumali sa aming Book of the Month Club! Sa halagang $25 lamang sa isang buwan, o $250 kung bibili ka ng isang taon nang maaga, ikaw o ang iyong mga mahal sa buhay ay makakatanggap ng napiling aklat na pambata bawat buwan, diretso sa iyong pintuan.

Narito kung paano ito gumagana:
Pumili mula sa 15 iba't ibang wika upang makatanggap ng mga bilingual na aklat na nagpapasaya sa pag-aaral.
Tangkilikin ang buwanang pagpapadala ng aming mga eksklusibong aklat na nagbibigay-inspirasyon, nagtuturo, at nagbibigay-aliw sa mga bata sa lahat ng edad.
Maingat na pinipili ang aklat ng bawat buwan upang magbigay ng bagong pakikipagsapalaran, mahalagang aral, at pagkakataong tuklasin ang mga kultura mula sa buong mundo.
Ito ang perpektong regalo para sa mga kaarawan, pista opisyal, o dahil lang! Nag-aalaga ka man ng isang batang mambabasa o naghihikayat sa pag-aaral ng wika, ang aming Book of the Month Club ay idinisenyo upang magdala ng kagalakan sa bawat bookshelf.

Eksklusibong Bonus: Bilang bahagi ng iyong membership, makakatanggap ka rin ng buwanang podcast tungkol sa aming itinatampok na aklat na direktang inihatid sa iyong email! Makinig para sa mga behind-the-scenes na insight, nakakatuwang katotohanan, at mga tip para gawing mas kaakit-akit ang oras ng kuwento.

Mag-sign up ngayon sa www.Booksbyschaaf.com at simulang tamasahin ang regalo ng pagbabasa sa buong taon!

Books By Schaaf

www.BookBySchaaf.com

Find us at:

Milton Keynes UK
Ingram Content Group UK Ltd.
UKHW051046131124
451037UK00005B/31

9 798330 527939